ગીતા શ્રીનિવાસ
गीता श्रीनिवास
Geeta Shreeniwas

શરાયન (શ્રીનિવાસ શીલવંત રાઉત)
शरायन (श्रीनिवास शीलवंत राऊत)
Sharāyan (Shreeniwas Sheelawant Raut)

INDIA • SINGAPORE • MALAYSIA

ISBN 979-8-89002-954-6

DR SHREENIWAS SHEELAWANT RAUT

MBBS, MD MEDICINE, FELLOWSHIP OF
FAMILY MEDICINE, DM ONCOLOGY,
MBA STATEGIC MANAGEMENT,
HON. DOC. HSCT.

કૃતજ્ઞતા:

તેમની પોતાની ભાષામાં અનુવાદ કરવામાં મદદ કરનાર તમામ (વરિષ્ઠ, સહકાર્યકરો, જુનિયર, મિત્રો અને અન્ય શુભેચ્છકો) નો ખૂબ ખૂબ આભાર.

कृतज्ञता:

उन सभी (वरिष्ठ, सहकर्मियों, कनिष्ठों, मित्रों और अन्य शुभचिंतकों) को बहुत-बहुत धन्यवाद जिन्होंने अपनी भाषा में अनुवाद करने में मदद की।

Gratitude:

Many Thanks to all those (seniors, colleagues, juniors, friends and other well wishers) who helped in translating in their own language.

ટૂંક માં...

શરાયન (ઉપનામ), ડૉ. શ્રીનિવાસ શીલવંત રાઉત રોજિંદા જીવનમાં અવરોધિત થઈ જાય છે. તે મૂંઝવણ અને ગેરસમજણોથી ઘેરાઈ જાય છે. તેને લાગે છે કે તે સાચા શબ્દો બોલવામાં અસમર્થ છે, યોગ્ય કાર્યો સાથે આગળ વધી શકતા નથી, યોગ્ય લોકોને સમજાવવામાં અસમર્થ છે. અહીં તે અર્જુન અને કૃષ્ણ બંનેને મળે છે. તે સંસ્કૃતમાં વાતચીત વાંચે છે જે સ્થાનિક ભાષામાં અભિવ્યક્ત કરવી મુશ્કેલ છે. સામાન્ય માણસ માટે, તે કાં તો વ્યાપક અથવા જટિલ છે. તેઓ સંક્ષિપ્ત સરળ કાવ્યાત્મક મરાઠીમાં અનુવાદ કરે છે. જેથી કોઈ તેને રોજ વાંચી શકે. પછી તે વિચારે છે કે, ઘણા લોકો ખરેખર હિન્દી જાણે છે અને મોટા ભાગની દુનિયા અંગ્રેજી જાણે છે. પરંતુ લોકો પોતાની માતૃભાષામાં વાંચવાનું પસંદ કરે છે. આ રીતે વસ્તુઓ પ્રેરણા, પ્રવાહ અને પ્રખર પ્રેમ સાથે જાય છે... જેમ કે મહાકાલી, સરસ્વતી અને શ્રી લક્ષ્મી...

सारांश में...

शरायन (उपनाम), डॉ. श्रीनिवास शीलवंत राऊत रोज़मर्रा के जीवन में अवरुद्ध हो जाता हैं। वह भ्रम और गलतफहमियों से घिर जाता है। उसे लगता है कि वह सही शब्दों के साथ संवाद करने में असमर्थ है, सही कार्यों के साथ आगे बढ़ने में असमर्थ है, सही लोगों को मनाने में असमर्थ है। यहां उसकी मुलाकात अर्जुन और कृष्ण दोनों से होती है। संस्कृत में हुई बातचीत व्यापकता या जटिलता के कारण स्थानीय भाषा में व्यक्त करना कठिन है। वह संक्षिप्त सरल काव्यात्मक मराठी में रुपांतर करता है, ताकि कोई इसे दैनिक रूपसे पढ़ सके। फिर वह सोचता है, वास्तव में बहुत से लोग हिंदी जानते हैं और दुनिया के अधिकांश लोग अंग्रेजी जानते हैं। लेकिन लोग अपनी मातृभाषा में पढ़ना पसंद करते हैं। इस प्रकार चीजें प्रेरणा, प्रवाह और भावुक प्रेम के साथ चलती हैं। जैसे की, महाकाली, सरस्वती और श्री लक्ष्मी।

In short...

Sharāyan (pen name/sub name), Dr. Shreeniwas Sheelawant Raut gets blocked in day to day routine life. He gets surrounded by confusion and misunderstandings. He feels that he is unable to communicate with right words, unable to proceed with right actions, unable to convince right people. Here he comes across Arjuna and Krishna both. He picks up their conversation in Sanskrit which is difficult to convey in local language. For layman, it is either extensive or complex. He transforms it in concise simple poetic Marathi, so that someone is able to read it daily. Then he thinks, many people actually know hindi and most of world knows english. But people prefer to read in own mothertongue. Thus things go with inspiration, flow, and passionate love. Just like Mahakali, Saraswati and Sri Lakshmi.

પ્રસ્તાવના...

અર્જુન તમારી અંદર ઘણી વખત મૂંઝવણમાં રહે છે કે શું કરવું અને શું ન કરવું. શું સાચું છે અને ખોટું શું છે તેની તેને ખબર નથી. આ માત્ર એટલા માટે છે કે, અર્જુન જાણતો નથી કે કૃષ્ણ તેની અંદર છે. તે કૃષ્ણને બીજે બધે શોધી રહ્યો છે. તે સમસ્યા છે.

મોટાભાગના લોકો પાસે ભગવતગીતાનું સંસ્કરણ છે. ઘણા લોકો તેને વાંચવાને બદલે પવિત્ર પુસ્તક તરીકે પૂજે છે. તેઓ સામાન્ય રીતે ગીતાના કદ અને જટિલતા વિશે ચિંતિત હોય છે. થોડાક લોકો એકવાર વાંચી શકે છે પરંતુ સમયના અભાવે તેઓ ઈચ્છે તો પણ પુનરાવર્તન કરી શકતા નથી. ચા ના સમયે પણ વાંચી શકાય તેવું, ખુશીના સમયે ભેટવાળું અને પ્રવાસના સમયે વહનયોગ્ય બનાવવાનો આ પ્રયાસ છે. પ્રેમના ભગવાન જ્ઞાન અને શાણપણના દેવ વધુ છે. તેને દાન, ઉપવાસ કે તપથી પ્રાપ્ત કરી શકાતું નથી.

મહાકાલી, સરસ્વતી અને શ્રી લક્ષ્મીનો આભાર, જેમના વિના હું સંરેખિત થઈ શકતો નથી.

શરાયન / શ્રી-નિવાસ

प्रस्तावना...

आप के भीतर का अर्जुन कई बार इस बात को लेकर असमंजस में रहता है कि क्या करें और क्या न करें। वह नहीं जानता कि क्या सही है और क्या गलत। यह सिर्फ इसलिए है क्योंकि अर्जुन नहीं जानता कि कृष्ण उसके भीतर हैं। वह हर जगह कृष्ण को ढूंढ रहा है। यही समस्या है।

अधिकांश लोगों के पास भगवद्गीता का एक संस्करण होता है। कई लोग इसे पढ़ने के बजाय इसे एक पवित्र पुस्तक के रूप में पूजते हैं। वे आमतौर पर इसके आकार और जटिलता को लेकर चिंतित रहते हैं। कुछ लोग एक बार पढ़ तो लेते हैं, लेकिन चाहकर भी दोहरा नहीं पाते, केवल समय की कमी के कारण। यह चाय के समय भी पढ़ने योग्य, खुशी के समय उपहार देने योग्य और यात्रा के समय वहनीय बनाने का प्रयास है। प्रेम का परमेश्वर कहीं अधिक ज्ञान और बुद्धि का देवता है। वह दान, व्रत या तप से प्राप्त नहीं हो सकता।

महाकाली, सरस्वती और श्री लक्ष्मी को धन्यवाद, जिनके बिना मैं संरेखित नहीं कर सकता था।

शरायन/श्री-निवास

Preface...

Arjuna within you is many times confused about what to do and what not to do. He does not know what is right and what is wrong. This is just because, Arjuna does not know that Krishna is within him. He is searching Krishna everywhere else. That is the problem.

Most people have a version of Bhagwatgeeta with them. Many worship it as a holy book rather than reading it. They are generally worried about its size and complexity. A few manage to read once but can't repeat even if they are willing, just because of lack of time. This is an attempt to make it readable even during tea time, giftable during happiness, and carriable during travel time. God of love is far more god of knowledge and wisdom. He cannot be achieved with donation, fasting or penance.

Thanks to Mahakali, Saraswati and Sri Lakshmi, without whom I couldn't align.

Sharāyan / Shree-niwas

સમર્પણ/समर्पण/Dedication

મારામાં રહેનાર વ્યક્તિ,
ભ્રમને લીધે મને ઓળખતો નથી,
કોઈ પુનર્જન્મમાં ખોવાઈ જાય છે,
કોઈ સાક્ષાત્કાર કરે છે.
પરંતુ પ્રેમ તમામ અવરોધોને પાર કરે છે...

किसी के लिए जो मुझमें रहता है।
माया के कारण मुझे नहीं जानता है।
कोई समय के आगोश में खो जाता है।
कोई रहस्योद्‌घाटन कर देता है।
लेकिन प्रेम सभी बाधाए पार कर जाता है...

To someone who lives in me,
Due to illusion doesn't know me,
Someone is lost in reincarnation,
Someone makes revelation.
But love crosses all hurdles…

શરાયન / शरायन / Sharāyan
શ્રી-નિવાસ / श्री-निवास / Shree-Niwas

ॐ

મહાકાળીની સૂઝથી, સરસ્વતીની કૃપાથી,
શ્રી લક્ષ્મીની મદદ અને શ્રીનિવાસની શ્રદ્ધાથી.
જેમણે ગીતા વાંચી છે તેમના માટે આ માત્ર ટૂંકો સાર છે,
જેમણે ગીતા વાંચી નથી તેમના માટે આ શરૂઆત છે. [1]

અર્જુને કહ્યું,
મારે રાજ્ય નથી જોઈતું. મારે યુદ્ધ નથી જોઈતું.
મારે વિજય અને રક્તપાત નથી જોઈતો. હું આ માટે નથી.
તે મારો ભાઈ છે, તે મારો સંબંધી છે,
તે મારો મિત્ર છે, મને શરણે જતા શરમ નથી આવતી. [2]

લોહી વહેવડાવવાથી શું મળશે?
હું દરેકને માંસ અને કાદવમાં ફેરવાતા જોઉં છું.
મારા હાથ – પગ ધ્રૂજી રહ્યા છે.
હું મારા શસ્ત્રોનો ત્યાગ કરું છું અને હું મધ્યમાં ઉભો છું. [3]

શ્રી કૃષ્ણએ કહ્યું,

તમે યુદ્ધના મેદાનમાં કેમ અસ્થિર છો?

તારો અવાજ કેમ દુ:ખથી ભરેલો છે?

તમે શાશ્વત વિચારો છો તે શરીર શું છે?

શું તે તમારી નબળાઈ છે જે તમને સ્થિર થવા દેતી નથી? [4]

ભ્રમ અને અભિમાન છોડો.

હું તે છું જે દરેકના શરીરમાં રહું છું. હું ક્યારેય મરતો નથી.

તમે તમારી જાતને બહાર શરીર તરીકે જોઈ શકો છો.

પણ જો તમે તમારી આંખો ખોલો અને તમે જોશો કે હું
તમારી અંદર પણ છુપાયેલો છું. [5]

હું તે છું જેને તમારે જાણવું જોઈએ.

હું શાશ્વત છું, જે વિશ્વની રમત ચલાવે છે.

હું અંદર અને બહાર, ઉપર અને નીચે છું.

હારેલા મનની જેમ વિચારવાનું બંધ કરો. [6]

માણસ ક્યારેય સંપૂર્ણ નાશ પામતો નથી. તે ફક્ત આંખોમાંથી અદૃશ્ય થઈ જાય છે.

શરીર સાથે તે દૃશ્યમાન છે. શરીર વિના તે અદ્રશ્ય છે.

બાળપણ, યુવાની, વૃદ્ધાવસ્થા. માણસે રડવું ન જોઈએ.

ગરમી અને ઠંડી કાયમ નથી. આ રીતે દુઃખ અને આનંદ કાયમી નથી. [7]

શરીર એક વસ્ત્ર છે. આત્મા એક પ્રવાસી છે.

આત્મા પાણીથી ભીનો થતો નથી. તે પવન સાથે સુકાઈ જતો નથી.

તે હથિયારથી તૂટી પડતો નથી. તે આગથી બળતો નથી.

આ અંતિમ જ્ઞાન છે. આ બધા અભ્યાસનો અંત છે.

તમારી ફરજ બજાવો. બદલામાં કંઈપણ અપેક્ષા રાખશો નહીં. [8]

કર્તવ્યનિષ્ઠ માણસ પુણ્ય કે પાપ બંનેમાં સમાન સ્વભાવનો હોય છે.

તે હંમેશા પ્રેમ, ભય અને ક્રોધમાં સ્થિર રહે છે. તે હંમેશા શાંતિપૂર્ણ અને કોઈપણ સ્થિતિમાં સ્થિર છે.

ઇન્દ્રિયો દ્વારા સ્નેહ શરૂ થાય છે.

અવરોધ ક્રોધની શરૂઆત કરે છે અને પછી બુદ્ધિનો નાશ કરે છે. [9]

કર્તવ્યનિષ્ઠ (કર્મયોગી) રાત્રે પણ જાગે છે.
શંકા બેચેન બનાવે છે, વિશ્વાસ આનંદ આપે છે.
ઈચ્છા અને અભિમાનનો ત્યાગ કરો.
સંયમ લાગણીઓને બાજુએ રાખે છે. [10]

બધી શંકાઓ છોડી દો, નિયમિત કાર્ય ચાલુ રાખો.
કંઈ પણ કાયમી નથી, સમય હંમેશા બદલાશે.
કેટલીક ક્રિયાઓ સ્વાભાવિક છે, તો પણ કોઈને દોષ લાગે છે.
દોષ સાથે બધું શરૂ થાય છે, જેમ કે આગમાં ધુમાડો. [11]

મન મજબૂત છે. ઇન્દ્રિયો વધુ મજબૂત છે.
સભાન આત્મનિયંત્રણ મનની શાંતિ લાંબો સમય ટકી રહે છે.
પાપ વિશ્વાસને મારી નાખે છે. હું વિશ્વાસને પુનર્જીવિત કરું છું.
હું હંમેશા અન્યાયનો અંત લાવવા આવ્યો છું. મારા કારણે જ
સજ્જનો ટકી રહે છે. [12]

મેં પહેલા મહાન સૂર્યને કહ્યું. પાછળથી તેણે માણસ (મનુ) ને કહ્યું.

સત્ય શાશ્વત છે. દરેક વ્યક્તિ જાણી શકે છે.

જ્યારે તમે તમારી ક્રિયાઓને સમર્પણ કરો છો, ત્યારે તે તમને સંતુષ્ટ બનાવે છે.

જ્યારે વાસના તૂટી જાય છે, ત્યારે શાણપણ શાસન કરે છે. [13]

કર્તવ્યનિષ્ઠા (કર્મયોગ) સાથે, તમે ક્રિયાઓનો ત્યાગ કરો છો.

જો તમારી કોઈ ઈચ્છા નથી, તો તમે આત્મીયતા મેળવી શકશો નહીં.

કમળના પાન ક્યારેય પાણીમાં ભીના થતા નથી.

બંધન તમને ગુમાવનાર બનાવે છે. ટુકડી તમને વિજેતા બનાવે છે. [14]

અહંકાર, ક્રોધ અને દ્વેષનો ત્યાગ કરો. મન પર નિયંત્રણ રાખો.

જ્યારે વાદળો દૂર જાય છે, ત્યારે સૂર્ય ચમકે છે.

વિદ્વાન, પ્રાણી, મજૂરને સમાન તરીકે જુઓ.

સ્થિર રહો અને આનંદમાં જીવો. [15]

પ્રિય અને અપ્રિય, વાસના અને લોભ.

જે માણસ કોઈપણ પરિસ્થિતિમાં બદલાતો નથી, દેવતાઓ તેને ભેટે છે.

કર્મોના ફળનો ભોગ આપનાર માણસ,

ભગવાન તેની બધી જવાબદારી ઉપાડી લે છે. [16]

નિઃસ્વાર્થ કાર્ય (કર્મયોગ) એ ત્યાગ છે.

મન સારો મિત્ર અથવા સૌથી ખરાબ દુશ્મન હોઈ શકે છે.

હું દરેકમાં છું પણ તેમ છતાં હું સંક્ષિપ્ત છું.

મન મને પકડી શકે છે. આંખો નહીં. [17]

જે મને વિચારે છે તે સંત બની જાય છે.

ભલે તે પહેલા પાપી હોય પણ તે દુષ્કર્મ મુક્ત બને છે.

તે તેના આત્માને બચાવે છે અને મને જોવાનું શરૂ કરે છે.

તે સમુદ્રના મોજામાં પણ સ્વર્ગનો આનંદ માણે છે. [18]

જે પ્રયત્ન કરે છે તે બુદ્ધિથી સમૃદ્ધ બને છે.

કર્તવ્યનિષ્ઠ વ્યક્તિ સંન્યાસીઓ અને વૈજ્ઞાનિકો કરતાં મહાન છે.

હજાર વ્યક્તિઓમાં એક વ્યક્તિ પ્રયત્ન કરે છે. વિરલને આ જ્ઞાન મળે છે.

ભૌતિક જગત અને ઇન્દ્રિયો અગ્નિદાહ છે. [19]

સભાન માળખું સર્જન તરીકે જોવામાં આવે છે.

ભૌતિક વસ્તુઓ દ્રષ્ટિમાં અચેતન લાગે છે.

સંગતમાંથી પ્રકૃતિ જન્મ લે છે.

દોરાની જેમ મારામાં દુનિયા વણાયેલી છે. [20]

હું પાણીમાં પ્રવાહ છું. હું સ્વર્ગમાંથી શબ્દ છું.

હું પ્રકાશમાં ચમકું છું. અને પરિવર્તન વચ્ચે પુલ.

હું પૃથ્વીની સુગંધ છું. હું માણસમાં શક્તિ છું.

ઋષિઓમાં ગુરુત્વાકર્ષણ. સર્જનમાં બીજ.

અસંબંધિત બળ. મહત્વાકાંક્ષામાં વિશ્વાસ.

સૂર્યમાં આગ. પરિસ્થિતિમાં શાણપણ.

સંવાદિતા, જુસ્સો, અરાજકતા. આ બધા ભ્રમણા છે.

તેઓ મારાથી ઉત્પન્ન થયા છે પણ હું તેમાં નથી. [21]

ભ્રમમાં રહેલો માણસ મૂર્ખ અજ્ઞાની છે.

ચાર ભક્તો છે.

જ્ઞાની, લોભી, જિજ્ઞાસુ, નિરાશ.

પ્રથમ સમજદાર છે. અન્ય ફળની અપેક્ષા રાખે છે. [22]

માણસે અપેક્ષા રાખ્યા વગર પૂજા કરવી જોઈએ.

તે નિઃસ્વાર્થ આનંદ છે.

પદાર્થ, સર્જન અને પ્રક્રિયા માત્ર લાગણીઓ છે.

આત્મા નિષ્ક્રિય છે. પરંતુ શરીર કામ કરવા માટે કામ કરે છે.

ભાગ્ય એ તમારી બધી પ્રવૃત્તિઓનું કુદરતી પરિણામ છે. તમે જુઓ છો તે બધી વસ્તુઓ, ક્યારેક સમાપ્ત થઈ જશે. [23]

માણસ એ સર્જન છે. સર્જક ભગવાન છે.

જે મને યાદ કરે છે તે અંતિમ પડાવ પર જાય છે.

જીવન પછીની મંઝિલ પ્રકૃતિ પ્રમાણે છે.

આત્માને અલગ કરીને, કર્તવ્યનિષ્ઠ લોકો જીતે છે. [24]

દરેક વ્યક્તિ આત્માની દુનિયામાં પુનર્જન્મ પામે છે.
જે મને પ્રાપ્ત કરે છે, તે દુષ્ટ ચક્રમાંથી બચી જાય છે.
બ્રહ્માંડના દિવસમાં અદ્રશ્યમાંથી જીવનની ઉત્પત્તિ થાય છે.
બ્રહ્માંડની રાતે જીવન અદ્રશ્ય થઈ જાય છે. [25]

જે મને પ્રાપ્ત કરે છે, તે ક્યારેય પાછો પડતો નથી.
તે ઇચ્છા ગુમાવે છે, તેથી કમાવાનું કંઈ નથી.
જેઓ શુક્લપક્ષમાં મૃત્યુ પામે છે, તેઓ પુનર્જન્મ કરતા નથી.
જેઓ કૃષ્ણપક્ષમાં મૃત્યુ પામે છે તેઓ પુનર્જન્મ મેળવે છે. [26]

મારામાં વિશ્વ યુગોમાં શરૂ અને સમાપ્ત થાય છે.
પુનર્જન્મ ભૂતકાળના પ્રભાવો સાથે થાય છે.
હું મુક્ત છું, કર્મોથી બંધાયેલો નથી.
સમજદાર મને ભૂલતો નથી. મૂર્ખ મને સમજતા નથી. [27]

હું પિતા છું, ખરેખર જવાબદાર છું.
હું કર્મના ફળ આપનાર છું.
ગરમ સૂર્ય, ભારે વરસાદ, અમર અને મૃત... હું માત્ર છું.
તમે અપેક્ષા સાથે અથવા વગર પૂજા કરી શકો છો.
છેવટે મને બધું જ મળે છે. [28]

હું પાંદડા, ફૂલો, પાણી, ફળો સ્વીકારું છું.
હું નબળાઓને સર્વોચ્ચ શક્તિ આપું છું.
તો પછી ધર્મનિષ્ઠ અનુયાયી માટે શંકા શું છે?
જે મને યાદ કરે છે, તે ચોક્કસ પોતાની જાતને બચાવે છે. [29]

ન તો દેવો કે ઋષિઓ મારા મૂળ અને કાર્યને જાણતા નથી.
હું અજાત છું, શાશ્વત હકીકત.
હું બધા જીવોમાં આત્મા છું. હું માણસમાં અંતરાત્મા છું.
હું દરેક ક્રિયાનો આરંભ, મધ્ય અને અંત છું.
બધા વૃક્ષોમાં હું પવિત્ર વૃક્ષ છું. પશુઓમાં કામધેનુ. [30]

અદિતિના પુત્રોમાં હું વિષ્ણુ છું. રુદ્રમાં શિવ.
ક્ષત્રિયોમાં રામ. હું દૈત્યોમાં પ્રહ્લાદ છું.
જાનવરોમાં સિંહ. પક્ષીઓમાં ગરુડ.
પર્વતોમાં હિમાલય. નદીઓમાં ગંગા. [31]

વિજ્ઞાનમાં આધ્યાત્મિકતા. ઋષિઓમાં વ્યાસ.
હું સંપત્તિ, પ્રકાશ અને ઊર્જા છું. કવિઓમાં શુક્ર.
હું મૃત્યુ છું. હું સર્વનો નાશ કરનાર છું.
તમે લડો કે ન લડો, મેં બધા દુશ્મનોને સમાપ્ત કરી
દીધા છે. [32]

પણ તમે પ્રતીક છો. તમે આગળ વધો અને લડો.
કોઈપણ સ્નેહ વિના, કોઈપણ ઉત્તેજના વિના.
શાસ્ત્રો, ઔપચારિકતા, દાન, ત્યાગની મર્યાદા હોય છે.
મને જાણવા માટે માત્ર અનંત ભક્તિની જરૂર છે. [33]

જે મારા માટે કર્મ કરે છે (કર્મયોગી) અને,
જે શત્રુતા વગરનો છે. તે ચોક્કસ જલ્દી મુક્ત થઈ જશે.
તે પહેલા સારો કે ખરાબ હોઈ શકે છે,
પરંતુ તે આખરે મારામાં એક થાય છે. [34]

અભ્યાસ કરતાં જ્ઞાન મોટું છે. ધ્યાન જ્ઞાન કરતાં મોટું છે.
જો તમે ફળોનો ત્યાગ કરશો તો તેનાથી શાંતિ અને સુખ મળશે.
આ શરીર એક ક્ષેત્ર છે. માલિકે સ્થળ જાણવું જોઈએ.
કુદરત અને માણસ એકબીજા સાથે છે. [35]

ઈશ્વર જ સત્ય છે. શાશ્વત જ્ઞાન.
અંધ માટે દરવાજો પણ અવરોધ છે.
હું પ્રકૃતિ સાથે દોરું છું. વિશ્વ એક ચિત્ર છે.
અમે સાથે મળીને સર્જન કરીએ છીએ.
અમે રોજનું કામ ચલાવીએ છીએ. [36]

સંવાદિતા, જુસ્સો, અરાજકતા. ત્રણ લક્ષણોમાં માણસનો સમાવેશ થાય છે.

જ્યારે તમે આમાંથી બહાર આવશો, ત્યારે તમને મારું સાચું સ્વરૂપ દેખાશે.

ઉપર મૂળ, નીચે શાખા. જીવનનું વૃક્ષ ઊલટું.

ભગવાનમાંથી બીજ, અંકુરિત થાય છે. તે જીવનમાં પરિવર્તિત થાય છે. [37]

વાસના, ક્રોધ, લાલચનો ત્યાગ કરો.

જ્ઞાનયુક્ત જીવન (જ્ઞાન-યોગ) દંભમુક્ત છે.

શ્રદ્ધા વિના દાન નકામું છે.

પૃથ્વી અને આકાશમાં તેની ગણતરી થતી નથી. [38]

ઈચ્છાઓ છોડી દો. તમારી જાતને શુદ્ધ બનાવો.

કર્તવ્યનિષ્ઠ આત્મા (કર્મયોગી) સૌથી પરમ છે.

ભગવાન બધાના હૃદયમાં વસે છે. મગજ ભટકતું રહે છે.

જ્ઞાનનો અભાવ સમગ્ર દુઃખનું મૂળ છે. [39]

દરેક કર્તવ્ય નિભાવતી વખતે માણસે માનવતા માટે પોતાનું દાન કરવું જોઈએ.

પછી તે દુઃખમાંથી મુક્ત થાય છે.

પછી હું તેને પરમ સ્વરૂપ આપું છું.

તમારા હાથમાં ફક્ત ફરજ છે. તે તમે શાંતિથી નિભાવો.

હંમેશની જેમ વિશ્વ યુદ્ધમાં છે.

તમે ફક્ત તમારી પોતાની જવાબદારી માટે જવાબદાર છો. [40]

ફરજ એ ધ્યેય છે, ફરજ એ માર્ગ છે.

ફરજ આરામ છે, ફરજ અંત છે.

ફરજ એ કેન્દ્ર છે, ફરજ એ પરિઘ છે.

ફરજ એ ભગવાન છે, અને ફરજ એ સ્વર્ગ છે. [41]

* * *

महाकाली की प्रेरणा से, सरस्वती के सन्निवास से।
श्री लक्ष्मी के सहयोग और श्रीनिवास के विश्वास से।
जो भगवदगीता पढ़ चुके है, उनके लिये यह न्यास है।
जिन्होंने अब तक न पढ़ा हो, उनके लिए प्रयास है। [1]

अर्जुन ने कहा,
नही चाहिये विजय - राज्य, भोग न चाहे पार्थ।
नही चाहिये युद्ध, और रक्तपात का चरितार्थ।
यह मेरा सगा - सहोदर, वह भी मेरा हितार्थ।
मेरे प्रभू मुझे बचालो, कर दो मुझे कृतार्थ। [2]

रक्त बहाकार क्या मिलेगा, जब बह जायेगा प्यार।
जीते जी मर जाऊंगा, न रहेगा कोई यार।
हाथ पैर फूल रहे है, मस्तक में अंगार।
शस्त्र त्यागकर मैं खड़ा हूं, बीच मझधार। [3]

श्रीकृष्ण ने कहा,

रुको अर्जुन, दुःख क्या है? युद्धक्षेत्र में सुख क्या है?
कौन आया जो इस जगत में, मृत्यु से बच पाया है।
दुर्बलता ग्रस लेने पर, जो तू संयम खोया है।
जिसको तू नित्य समझता, वह शरीर एक साया है। [4]

आभास त्यागकर देखो, हर ओर मोह - माया है।
अविनाशी मैं अंदर रहता, बाहर सिर्फ काया है।
मैं ही जीता, मैं ही मरता, तुमने क्या पाया क्या खोया है?
तुम क्यों अधीर और उदास, मन क्यों घबराया है? [5]

शरीर स्थायी कभी नहीं, आत्मा चिरंतन रहता है।
जान लो तुम उसको, अनजान ही पछताता है।
इन्द्रिय बुद्धि मन चंचल, मनुष्यको भटकाता है।
अपने मनको मुझसे बांध लो, यही आखरी न्योता है। [6]

कोई कभी भी नष्ट न होता, बस विचरण करता रहता है।
जिसे शरीर है दिखता रहता, अशरीर अनदेखा होता है।
बालक - युवा - वृद्ध अवस्था जानकर, जो मोह ना पाता है।
शीत - उष्ण सुख - दुःख सब, नश्वर जानकर सहता है। [7]

शरीर बदलता वस्त्र भांति, 'आत्मा ' नित्य यात्री है।
यह न भीगता न सूखता, न टूटता, न जलता है।
'ज्ञानयोग' यह, 'कर्मयोग' भी, आज तुम्हे बतलाता हूँ।
छोड़ अपेक्षा कर्म करना, फल अधिकार में न होता है। [8]

कर्मयोगी है निश्चयबुद्धी, कर्मरती निष्काम गुणसिद्धी।
पाप - पुण्य में समान शुद्धी, प्रीत भय क्रोध में 'स्थिरबुद्धि'।
विषय है इंद्रिय निवासी, विषयों से होती मोह - आसक्ति।
सम्मोह से क्रोध हो जाता, फिर बुद्धिनाश हो जाता है। [9]

अशांत मन बेचैन करेगा, विश्वासी मन करे शांत।
जग सोए तो जागे योगी, भोग है निद्रा एकांत।
इच्छा - ममता - अभिमान त्यागकर, ब्रह्मको गाँठ।
संयम आत्मा को दिखलाता, कर देता ब्रह्मान्त। [10]

सभी संदेह त्यागकर, 'कर्मयोग' को करना है।
यज्ञ - अनुसार भोग लगाकर, यज्ञदेव को रीझना है।
कर्म सदोष होने पर भी, सहजता से करना है।
जैसे अग्नि में धुआँ, हर आरम्भ में दोष का रहना है। [11]

मन इन्द्रियों से बलवान, मन से बुद्धि बलशाली है।
बुद्धि से आत्मा, फिर परमात्मा, इन्द्रिय दमन में शान्ति है।
जब - जब हुआ धर्मविनाश, मेरा आना - जाना है।
सज्जन को तर दुष्ट हराना, पुनःपुनः दोहराना है। [12]

मैंने सूर्य को सिखलाया, मनु - इक्ष्वाकु ने अपनाया है।
'ज्ञानयोग' है चिर सनातन, आज तुम्हे फिर बतलाना है।
कर्मों को मुझमें अर्पण कर, तुझे कर्मरहित बन जाना है।
कर्म का बंध जब टूटे, 'ज्ञानयज्ञ' स्थापित होना है। [13]

'कर्मयोग' के रथ सवार जो, फल त्यागकर चलता है।
कर्मसंन्यास योग से भी, अंत यही फल पाता है।
जल में रहकर कमलपत्ता, कभी न भीग पाता है।
स्थिर मन जो जीता, कर्म से अलग हो जाता है। [14]

क्रोध - द्वेष - सम्मोह त्यागकर, अहंकार को खोना है।
अज्ञान के परदे को हटाकर, सूर्य को चमकाना है।
पंडित - गाय - हाथी - कुत्ता - चांडाल सब को संजोना है।
स्थिरबुद्धि होकर ही, विश्वयुद्ध को ढोना है। [15]

प्रिय - अप्रिय वैसे ही जिसको, काम - क्रोध मिट जाता है।
यज्ञदेवता भी उसको, सीने से लगवाता है।
जो कर्मफल का त्यागी, वह सन्यासी - योगी है।
अग्नित्याग से न सन्यासी, क्रियायोग से न योगी है। [16]

निष्काम कर्म योगमय करता, संकल्पत्याग कल्याण।
मन ही मित्र जब वशित हो, मन बैरी जब हैवान।
जो सबको मुझमें ही देखे, जो मुझमें सब को ले जान।
लुप्त नहीं हूं मैं उस को, वह भी मुझको न अनजान। [17]

मुझे याद कर कर्म जो करता, दुर्जन हो या नीच।
वह भी फिर साधु बन जाता, दुष्कर्मो के बीच।
आत्मा के उद्धार की कोशिश, खुद को ऊपर खिंच।
योगभ्रष्ट भी स्वर्गसुख लेता, वैराग्य ले ज्ञान को सींच। [18]

जो बार - बार कोशिश करता, समभाव ज्ञान जो रखता है।
तपस्वी और वैज्ञानिक, दोनों से बढ़कर योगी होता हैं।
हजारो में एक सोचता, कोई एक कर पाता है।
पृथ्वी - जल - अग्नि - वायु - आकाश, मन - अहं - बुद्धि अचेता है। [19]

चेतन रूप मेरा दूजा, जो जीव धारणा करता है।
अपरा अचेतन होते हुए भी, चेतन परा बन जाता है।
इनसे प्रकृति जन्म लेति, उत्पत्ति - विनाश भी होता है।
एक धागे की तरह मुझमे, ब्रह्मांड बुन जाता है। [20]

जलमें रस, दीप्ती ओज में, वेदों में ओम, शब्द व्योम में।
पुरुष में पौरुष, गंध पृथ्वी में, मुनियो में तप, बीज सजीव में।
निर्लिप्त बल, धर्म काम में, तेज अग्नि मे, बुद्धि चतुर में।
सत्त्व - रज - तम इस माया में, मुझसे निर्मित पर मैं न इनमें। [21]

असुर - अज्ञानी - मायावश, मूर्ख बनकर खोता है।
अर्थार्थी - आर्त - जिज्ञासु - ज्ञानी, चार भक्त बुलाता है।
चौथा ज्ञानि जो पूर्ण रूपसे, मुझमें ही समाता है।
जो सकाम भक्ति में लित, नश्वर फल वह पाता है। [22]

जो निष्काम कर्म करता, ब्रह्म अध्यात्म अपनाता है।
अधिभूत - अधिदैव - अधियज्ञ जानकर, मुझे न भूल पाता है।
ब्रह्म अविनाशी होकर भी, जीव अंधकार में सोता है।
कर्म है स्वभाव सजीव का, हर पदार्थ अधिभूत में आता है। [23]

पुरुष अधिदैव कहलाता, अधियज्ञ खुद ईश्वर है।
जो अन्तकाल में मुझे स्मरे, वह मुझमे ही तत्पर है।
स्मरण जिसे कर शरीर त्यागता, गंतव्य उसपर ही निर्भर है।
'ॐ' अक्षर का स्मरण कर, योगी उच्चतम स्तरपर है। [24]

ब्रह्मलोक तक हर कोई, पुनर्जन्म लेता है।
मुझे प्राप्त स्थिर हो जाता, न जन्म न मृत्यु पाता है।
ब्रह्माके प्रातः सूक्ष्म जगत से, जीव जन्म लेता है।
ब्रह्माकी रात्रि में जीव अन्ततः, सूक्ष्म अणु बन जाता है। [25]

जो परमगति प्राप्त कर लेता, कभी न नष्ट होता है।
अव्यक्त में समाया, कभी न लौट आता है।
'शुक्लपक्ष' में मृत्यु पाता, ब्रह्ममिलित हो जाता है।
'कृष्णपक्ष' में जो मरता, पुनः जन्म हो जाता है। [26]

कल्पांत में मुझमें समाया, कल्पारम्भ में जीवित होता है।
माया के प्रभाव में, कर्मअनुसार पुनर्जन्म लेता है।
कर्म से लिप्त नहीं हूं मैं, मुझे कर्म न बांध पाता है।
मूर्ख मुझको नहीं समझता, ज्ञानी भूल न पाता है। [27]

जग को धारण करता, पालनपोषण करता।
कर्मफल का दाता हूँ, मैं वेदों का परमपिता।
तपता सूरज, घनघोर बारिश, अमर - मृत, सत - असता।
सकाम - निष्काम पूजा दोनों, मैं दोनों का उपभोक्ता। [28]

मुझे अर्पित पत्ते - फूल - फल - जल स्वीकृत करता।
स्त्री - वैश्य - शूद्र - चांडाल, सब को परमगति देता।
फिर गुणवान ब्राह्मण, राजऋषि, भक्त क्या कहता?
जो मुझे याद करता, मुझमें ही बस जाता। [29]

मेरी उत्पत्ति और लीला, संयोगवश बन जाता हूँ।
मैं अजन्मा - अविनाशी, खुली एक पहेली हूँ।
सभी सजीवो मे चेतना, आदि - मध्य - अंत मैं ही हूँ।
वृक्षों में 'पीपल' छाया, गायों में 'कामधेनु' मैं ही तो हूँ। [30]

अदिति के पुत्रों में ‘विष्णु’, रुद्रों में ‘शंकर’ भी हूँ।
क्षत्रियों में ‘राम’ और दैत्यों में ‘प्रह्लाद’ भी हूँ।
प्राणियों में ‘सिंह’, पक्षियों में ‘गरुड़’ भी हूँ।
पहाड़ों में ‘हिमालय’, और नदियों में ‘गंगा’ भी हूँ। [31]

विज्ञानों में ‘अध्यात्म’, ऋषियों में ‘व्यास’ मैं हूँ।
कवियों में ‘शुक्र’, ऐश्वर्य - कान्ति - शक्ति मैं हूँ।
मृत्यु का कंकाल, इन सबका संहार ‘महाकाल’ मैं ही हूँ।
बिना तुम्हारे इन सब का ‘अंतःकाल’ भी मैं ही हूँ। [32]

तुम हो ही केवल नाममात्र, क्षत्रिय सिर्फ युद्धके पात्र।
‘कर्मयोग’ के बनकर छात्र, मुझमें बस जाओ एक मात्र।
वेदों से - तप से - दान - यज्ञ से, मेरी समझ असंभव है।
भक्ति से मेरे दर्शन सहज, ज्ञानी भक्ति में लीन रहे। [33]

मेरे लिए कर्म जो करता, मुझमें आश्रित आसक्ति - बिना।
किसी शत्रु से रुख नहीं रखता, मुक्त हो जाता कष्ट - बिना।
सगुण हो या निर्गुण हो, भक्ति मुझको ही पाती है।
सगुण सहज है, निर्गुण कठिन, सगुण श्रेय कहलाती है। [34]

अध्ययन से ज्ञान परम, ध्यान से फलत्याग परम।
त्याग से सुखशांति है, उस में तुम सुखी रहो।
यह शरीर एक क्षेत्र है, 'क्षेत्रज्ञ' बनकर रहो।
विकार - प्रकृति - पुरुष जान, अध्यात्म में तुम जुटे रहो। [35]

शाश्वत सिर्फ परमात्मा, उसे देखना ज्ञान।
आंख बंद कर कर्म, वह परम - अज्ञान।
प्राणियों की उत्पत्ति, मैं और मेरी प्रकृति।
पिता - माता तुम जान, परमगति यह ज्ञान। [36]

सत्त्व - रज - तम, मनुष्य त्रिगुण है।
यम - नियम कठीन, पर सहज भक्ति है।
ऊपर जड़ नीचे शाखाएं, उल्टा जीवनवृक्ष है।
ईश्वर से बीज निकलता, और सजीवो में शाखा है। [37]

काम - क्रोध - लोभ त्यागकर, नरकद्‌वार जो होते है।
जीवन जीता मुझमें रहकर, अंतमें मुझमें ही मिलता है।
बिना श्रद्धा किया दान - तपस्या भी निष्फल है।
इहलोक में भी पुण्य नहीं, परलोक भी न फलता है। [38]

'कर्मफल' का मोह त्याग, जो सत - न्यासी बन जाता है।
सन्यासी बनकर, योगी पावन हो जाता है।
ईश्वर सभी प्राणियों के हृदय में सन्निवास करता है।
मोहित प्रत्येक जीव माया के, यंत्रयान पर चलता है। [39]

सारे कर्म अर्पित कर, जो खुद को भी अर्पण करता है,
शोक मुक्त होकर ही, वह परमपद पाता है।
अकर्म त्याग कर्म करे, त्याग भी उसको फलता है।
भवसागर भी होता पार, संसार - युद्ध विजयता है। [40]

कर्तव्य लक्ष्य है, कर्तव्य पथ है।
कर्तव्य विश्राम है, कर्तव्य अंत है।
कर्तव्य केंद्र है, कर्तव्य परिधि है।
कर्तव्य ही ईश्वर और कर्तव्य ही स्वर्ग है। [41]

* * *

With the insight of Mahakali, abode of Saraswati,
Help of Sri Lakshmi and the faith of Srinivas.
For those who have read 'Geeta', it's just a short,
For those who haven't, it is a start. [1]

Arjun said,
I don't want kingdom, I don't want war,
I don't want victory and bloodshed, I am not for.
This is my brother, this is my elder,
This is my friend, I don't mind surrender. [2]

What will be gained by shedding blood?,
I see everyone turning in flesh and mud.
My hands are shaking and legs tremble.
I abandon weapons, stand in middle. [3]

Shri Krishna said,

Why are you unstable in field of battle?
What is the sorrow, full of rattle?
What is the body? You think eternal?
Is it your weakness, which not let you settle? [4]

Leave the illusion and give up the pride,
Immortal I am, who live inside.
You can see yourself as body outside.
Open your conscious and see me hide. [5]

I am the one, who you should know.
I am eternal, who runs world's show.
I am in – out, up – below.
Stop thinking, so much low. [6]

One never gets wiped out, just pass by.
With body is visible, without body standby.
Childhood – youth – old age, one should not cry.
Heat – cold mortal, same sorrow – joy. [7]

The body is a garment, the soul a migrant.
Soul doesn't wet, dry, break, or burn.
This is the knowledge, everything to learn.
Do your duty, not expect any return. [8]

A 'dutiful' man is equal - firm, both in virtue – sin.
Steady in love – fear – anger, peaceful – stable within.
With the senses, attachment begin,
Restraining angers, then intellect ruin. [9]

A dutiful (karma yogi) awakes even at night
Doubt makes anxious, belief delight.
Abandon desire – affection – pride.
Restrain makes emotions aside. [10]

Give up all doubts, carry on things,
Summer – fall – winter, followed by springs,
Some things are natural, one later wrong thinks.
With fault all begins, like in fire smoke blinks. [11]

Mind is strong, senses stronger,
Conscious control, makes peace linger.
With sin faiths die, With me revive.
I come to end up injustice, gentelmen survive. [12]

I told the Sun first, who told Man (Manu),
Truth is eternal, know one can.
Surrendering deeds, makes one contain.
Lust gets broken and wisdom reign. [13]

With dutifulness (karma yoga), you sacrifice deeds.
Doing nothing, nowhere leads.
Never wets in water, lotus leaves,
Attachment loses, detachment achieves. [14]

Abandon ego – anger – hatred, control the mind,
Remove the veil, make sun shine.
See scholar – animal – labour as one.
Be stable and live in fun. [15]

Dear – Unpleasant, lust – incense.
One who is constant, gods embrace.
One who sacrifices fruits of deeds,
Gods take over all his bids. [16]

Self less work (karma yoga) is sacrifice.
Mind can best friend or worst vice.
I am in everyone, still concise.
Mind can catch me, not the eyes. [17]

One who thinks me, evil – mean may he be
Turns into a saint, misdeed free.
Saves his soul, starts foresee.
Enjoys heaven, in waves of sea. [18]

He who tries, becomes wisdom lit.
A dutiful beats ascetic and scientist.
One in a thousand tries, one knows this.
Material and senses are firepits. [19]

Conscious form is perceived as creation.
Matter seems unconscious in vision.
Nature takes birth from association.
In me like a thread, world is woven. [20]

I am the flow in water, word in heaven.
Glow in light, and link in transition.
Smell in earth, might in man.
Gravity in sages, seed in creation.
Unattached force, faith in ambition.
Fire in sun, Wisdom in situation.
Harmony – passion – chaos, in this illusion,
Derived from me but I am not in relation. [21]

Man in illusion is fool ignorant.
Four devotees are prevalent.
Wise – Greedy – curious – desparate.
First is prudent, Rest fruit expect. [22]

Fruitless worship is selfless joy.
Matter – creation – operation is a vibe.
Soul is inert, but body employ.
Fate is the nature, things can die. [23]

Man is creation, operator is god.
One who remembers me, goes at par.
After life destination is as per nature.
Detaching soul, dutifuls conquer. [24]

Everyone is reborn in world of spirit.
He who attains me, escapes circuit.
Life buds from unseen in cosmic light,
Life shrinks to unseen in cosmic night. [25]

One who attains me, never return,
Lose want, lose desire, so nothing to earn.
Those die in first lunar fortnight, adjourn.
Those die in second lunar fortnight, reborn. [26]

World ends and begins in me with ages.
Rebirth occurs with past influences.
I am free, not bound by deeds.
Wise don't forget me, fools don't realize. [27]

I am the Bearer – Father – Sustainer indeed.
I am the giver of the fruits of deed.
The hot sun, the pouring rain, the immortal and dead,
Worship with – without expect, I am the receiver head. [28]

I accept leaves – flowers – water – fruits.
I give supreme power to feebles and weaks.
Then what is the doubt for follower pious.?
He who remembers me, surely conserves. [29]

Neither gods nor sages know my origin – act.
I am unborn – imperishable – eternal fact.
Soul in all life, conscience, onset – mid – finale.
'Sacred fig' in trees, 'celestial cow' in cattle. [30]

‘Vishnu’ in Aditi’s sons, ‘Shiva’ in Rudras,
In Kshatriyas is ‘Rama’, in Daityas is ‘Prahlad’.
A ‘lion’ in beasts, an ‘eagle’ in birds,
‘Himalayas’ in mountains, ‘Ganges’ in rivers. [31]

‘Spirituality’ in sciences, ‘Vyasa’ in the sages,
Wealth – light – energy, ‘Shukra’ among the poets.
Destroyer ‘Mahakal’, I am the destroyer of all,
Whether you fight or not, I have finished them all. [32]

But you are the symbol, go ahead and fight,
Without attachment, without excite.
Scriptures, formalities, charity, sacrifices limit.
Knowing me just requires devotion infinite. [33]

He who does deeds for me (karma yogi).
Without enmity, gets soon free.
Good or bad before, may he be,
Dissolves ultimately in me. [34]

Knowledge than study, meditation than knowledge,
Renunciation of results, brings Peace and happiness.
This body is a field, the fielder should know place.
Nature and man with disorders is interlace. [35]

God is the only truth, eternal knowledge.
For a blind – closed eyes, gate also is blockage.
I and my nature draw, world is an image.
We produce together, to run the mileage. [36]

Harmony – Passion – Chaos, three traits conform.
Once come out of this, you will see my true form.
Root above, branch below, tree of life upside down.
Seed from God, spreads out and life transform. [37]

Abandoning lust – anger – avarice.
Knowledged life (Jnana yoga) is free of guise.
Donation without faith is entice.
Does not count on earth and skies. [38]

Give up desires, make yourself clean
Dutiful soul (karma yogi) is most supreme.
God resides in heart of all, brain keeps wandering.
Lack of knowledge is the root of whole suffering. [39]

While doing all duties, one who himself alm,

He is freed from grief, I give him supreme form.

Only duty is in your hand, keep doing it with calm.

World is at war as usual, 'dutifulness' is the charm. [40]

Duty is path, duty is aim.

Duty is rest, duty is end.

Duty is periphery, duty is center.

Duty is god and duty is heaven. [41]

* * *

www.ingramcontent.com/pod-product-compliance
Lightning Source LLC
La Vergne TN
LVHW101955220826
846093LV00006B/226
9798890029546